திருக்குறள் விளக்கு

AF529623

கி.வா. ஜகந்நாதன்

Title: Thirukkural Vilakku

Author: Ki. Va. Jagannathan

Language: Tamil

First Published on: 1961

Year of Publication: 2024

Book Format: Paperback

*Page Size: 6inch * 9inch*

Category: Essays

Subject: Literature Essays

No. of pages: 54

ISBN: 978-81-990238-4-0

Published by: Nilan Publishers, Madurai, Tamilnadu, India

Copyright © Nilan Publishers, 2024

பொருளடக்கம்

குறிப்புகளுக்காக

பொருளடக்கம்

குறிப்புகளுக்காக

முன்னுரை

பாரத நாட்டிலுள்ள பல்வேறு மொழிகளில் சீரிய இலக்கியங்கள் பல இருக்கின்றன. அந்த அந்த மொழியில் அறிவு உடையவர்கள் அவற்றைப் படித்து இன்புறலாம். மற்ற மொழி பேசுகிறவர்களும் அவற்றின் பெருமையை உணர வேண்டுமாயின் இரண்டு வழிகள் உண்டு. ஒன்று நூல்கள் உள்ள மொழியைத் தாம் பயின்று அவற்றைக் கற்றுத் தெளிந்து இன்புறுவது. மற்றொன்று, தாம் பேசும் மொழியில் அவற்றை மொழிபெயர்க்கச் செய்து படித்து இன்புறுவது. முன்னது மிகச் சிறந்த முறையானாலும் எல்லோரும் அப்படிச் செய்வது இயலாத செயல். ஆனால் மொழிபெயர்ப்பதென்பது அதனினும் எளிது ; விரிவான பயனைத் தருவது.

பாரத நாட்டு மொழிகளிலுள்ள இலக்கியங்களை மற்ற இந்தீய மொழிக்காரர்களுக்கும் அறிமுகப்படுத்தும் பொருட்டு வானொலிக்காரர்கள் சில நிகழ்ச்சிகளை ஒலிபரப்பி வருகிறார்கள். ஒரு மொழியிலுள்ள இலக்கியம் ஒன்றைச் சுவையான முறையில் அறிமுகப்படுத்தும் நிகழ்ச்சியை யாரேனும் ஓர் அறிஞரை எழுதச் செய்து, அதை மற்ற மொழிகளிலும் பெயர்த்து. பதினான்கு மொழிகளிலும் ஒரே நாளில் ஒரே நேரத்தில் ஒலிபரப்பி வருகிறார்கள்.

இந்தத் தேசீய நிகழ்ச்சியில் *(National Programme)* திருக்குறளின் அறிமுகம் வரவேண்டும் என்று விரும்பி, அதற்குரிய நிகழ்ச்சி ஒன்றை எழுதித் தரும்படி என்னை வேண்டினர், வானொலி அதிகாரிகள். அதன்படி ஒரு மணி நேரம் வருவதற்குரிய ஒன்றைச் சித்தம் செய்தேன்.

வேறு மொழிகளிலும் இதனை மொழிபெயர்க்கச் செய்தார்கள். இந்த ஆண்டு நவம்பர் மாதம் இரண்டாந் தேதி இரவு ஒன்பது மணிக்கு இதனை ஒலிபரப்பினார்கள்.

நிகழ்ச்சியைக் கேட்ட அன்பர் பலர் அதனைப் பாராட்டினர். அதைப் புத்தக உருவத்தில் அமைத்தால் பயன்படும் என்றும் தெரிவித்தனர். அவர்கள் விருப்பத்தின்படியே இப்போது இந்தச் சிறிய புத்தகத்தை வெளியிடுகிறேன்.

நான் முதலில் எழுதியதில் சில சிறிய பகுதிகளை நேரங்கருதி ஒலிபரப்பில் குறைக்க வேண்டியிருந்தது. ஆயினும் புத்தகத்தில் அவையும் இருக்கட்டும் என்று, முதலில் எழுதிய உருவத்தில் இதை வெளியிடலானேன். திருக்குறளைப்பற்றி மேல்நாட்டுப் பேரறிஞர்களும் பிறரும் வெளியிட்டுள்ள கருத் துக்கள் இடையிடையே வருகின்றன. அவற்றின் மூலத்தை அடிக்குறிப்பில் சேர்த்திருக்கிறேன்.

இதனை எழுத வாய்ப்பளித்த வானொலி நிலையத்தாருக்கு என் நன்றி உரியது.

காந்தமலை கல்யாண நகர்,
சென்னை-26
5-12-61

கி. வா. ஜகந்நாதன்

திருக்குறள் விளக்கு

(சதங்கையின் ஒலி. மேலும் வீணையும் மிருதங்கமும் ஒலிக்கின்றன. சதி மிதிப்பதும் கேட்கிறது.)

தேவர்களின் குரல்: ஹர ஹர மகாதேவா! என்ன அற்புதம்! எத்தனை ஆனந்தம் ! இந்தக் காட்சியை என்றும் கண்டதில்லை; எங்கும் கண்டதில்லை.

[ஒலிகள் நிற்கின்றன. சுருதிமாத்திரம் இழைகிறது.]

நடராசப் பெருமான் : *காளீ, இப்போதாவது உன் தோல்வியை ஒப்புக்கொள்கிறாயா?*

காளி : *(மெல்லிய குரலில்) பிரபோ, சர்வசக்திமானாகிய தேவரீர் கலைத்தலைவராக இருப்பதை மறந்தது என் பிழை; பொறுத்தருள வேண்டும். தேவரீருடைய ஊர்த்துவ தாண்டவத்தைத் தரிசிக்கும் பேறு அடியாளுக்குக் கிடைத்தது; பெரிய பாக்கியம்,! அடியேன் பேதைமையினால் நடனத்தில் வாது புரிய முன்வந்தாலும் அதன் விளைவாக இந்த நடனக் காட்சி கிடைத்ததே!*

தேவர்கள் : *சம்போ மகாதேவ! தேவி சொல்வது முக்காலும் உண்மை. இந்த நிகழ்ச்சி நடக்காவிட்டால் எம்பெருமானுடைய ஊர்த்துவ தாண்டவ தரிசனம் எம்போலியருக்குக் கிட்டியிருக்குமா? நாங்கள் செய்த புண்ணியப் பயனாக இருவருடைய ஆடலையும் கண்டு*

களித்தோம். அற்புதத்திலும் அற்புதமான ஊர்த்துவ தாண்டவ தரிசனத்தைக் காணும் அரிய வாய்ப்பும் கிடைத்தது.

நடராசர்: நீங்கள் இந்தக் காட்சியில் எதைக் கண்டு வியப்படைந்தீர்கள்?

தேவர்களில் ஒருவர்: எதையென்று சொல்வது? எல் லாமே அற்புதந்தான்!

மற்றொருவர்: தேவரீரும் காளி தேவியும் மாறி மாறி நடனம் ஆடியதைச் சொல்வோமா?

வேறு ஒருவர் : தேவரீர் காட்டிய ஆடல்கள் அத்தனை யையும் அப்படி அப்படியே காளிதேவி ஆடிக் காட்டிய தன் அருமைப்பாட்டைச் சொல்வதா?

பின்னும் ஒருவர் : கடைசியில் தேவரீர் திருவடியை மேலே தூக்கி ஊர்த்துவ தாண்டவம் ஆடியபோது, அதுபோலச் செய்யமுடியாமல் தான் பெண்ணென உணர்ந்து நாணித் தேவி தலை தாழ்ந்ததும்...

நடராசர் : இவ்வளவுதானா? வேறு ஒன்றையும் காண வில்லையா?

எல்லோரும்: எத்தனையோ உண்டு ; கண்டதை யெல்லாம் சொல்லிக் கரைகாண முடியுமா?

நடராசர்: மிகவும் நுட்பமான ஒரு நிகழ்ச்சி நடந்தது;

அதை நீங்கள் கண்டீர்களோ?
(மௌனம் --- கிசுகிசுவென்ற சலசலப்பு.)

நடராசர் : *நீங்கள் அதைக் கவனிக்கவில்லை என்றே நினைக்கிறேன். அது இன்னதென்று தெரிந்து கொள்ள வேண்டும் என்னும் ஆர்வம் உங்களுக்கு இருந்தால்.....*

தேவர்கள்: *அறியாமையையுடைய அடியேங்களுக்கு எம்பெருமானே அதை உணர்த்தியருள வேண்டும்.*

நடராசர் : *நான் சொல்ல வேண்டியதில்லை. மயிலாப் பூரில் திருவள்ளுவன் என்னும் புலவன் இருக்கிறான். அவனை அடைந்து கேளுங்கள். அவன் அந்த நுட்பத்தை விளக்குவான்.*

தேவர்கள் : *சம்போ மகாதேவா! (நடக்கும் ஓசை.)*

(தறிபோடும் ஒலி.)

திருவள்ளுவர்: *வாசுகி, இன்று புதிய விருந்தாளிகள் வரப்போகிறார்கள். மலர்களை எடுத்து வை.*

[தேவர்கூட்டம் வரும் ஆரவாரம்.]

திருவள்ளுவர்: *வாருங்கள், வாருங்கள்.*
உங்களைப் பார்த்தால் இந்த உலகத்தைச் சேர்ந்தவர்களைப் போலத் தோன்றவில்லையே! உங்கள் திருமுகத்தின் ஒளியே உலகுக்குப் புறம்பானவர்கள்

நீங்கள் என்பதைக் காட்டுகிறது. நீங்கள் யார்? எங்கே வந்தீர்கள்?

இந்திரன்: திருவள்ளுவப் பெருமானே, நடராசப் பெருமான் திருவாலங்காட்டில் காளிதேவியுடன் கூத்து வாதம் நிகழ்த்தினார். கடைசியில் ஊர்த்துவ தாண்டவம் ஆடியபோது அன்னை அவ்வாறு ஆட இயலாமல் தோல்வியுற்றாள்

திருவள்ளுவர்: அப்படியா? நீங்கள் அந்தக் காட்சியைக் கண்டு வருகிறீர்களா? நீங்கள் யார்? சொல்ல வில்லையே!

இந்திரன்: ஆம், நாங்கள் அந்தக் காட்சியைக் காணும் பேறுபெற்றோம்.நாங்கள் இன்னாரென்று தாங்களே ஊகித்துக்கொண்டுவிட்டீர்களே! நாங்கள் விண்ணுலக வாசிகள்.

திருவள்ளுவர்: தேவர்களா?

இந்திரன் : ஆம்; ஏழையேன் இந்திரன். இந்த மூர்த்தி தான் பிரமதேவர்; இந்தப் பெருமான் திருமால்.

திருவள்ளுவர்: அப்படியா? இப்போது அடியேன் பெற்ற பேறுதான் பெரும் பேறாகத் தோன்றுகிறது. அப்படியே யாவரும் அமர்ந்தருளவேண்டும். இந்த ஏழையிடம் நீங்கள் எழுந்தருளிய காரியம் இன்ன தென்று அடியேன் தெரிந்துகொள்ளலாமோ?

இந்திரன்: ஊர்த்துவ தாண்டவம் ஆடிய பெருமான் எங்களைத் தங்களிடம் அனுப்பினார். அங்கே நிகழ்ந்த

நிகழ்ச்சியில் ஒரு நுட்பமான செயல் இருந்ததாம். அது எங்களுக்குத் தெரியவில்லை. தாங்கள் அதைப் புலப்படுத்துவீர்கள் என்று அருளி, எங்களை இங்கே வரப்பணித்தான் கூத்தப்பெருமான்.

திருவள்ளுவர்: *சம்போ மகாதேவ! இந்த ஏழையினிடம் கேட்கவா வந்தீர்கள்? நான் ஒரு நெசவாளி. அறுந்துபோன நூலை நாக்கினால் எச்சில் படுத்தி நெருடுபவன். திருமாலுக்கும் பிரம தேவருக்கும் உங்களுக்கும் தெரியாததை, அங்கே வந்து கண் டறியாத பேதையேனா தெரிந்து கொள்பவன்?*

இறைவன் கருணைத் திருவிளையாடலை யார் உணர் வார்கள்? சம்போ மகாதேவா!

இந்திரன்: *எம்பெருமான் பணித்தது வீணாகாது என்ற உறுதி எங்களுக்கு உண்டு.*

திருவள்ளுவர்: *(பாடுகிறார்)*

பூவில் அயனும் புரந்தரனும் பூவுலகைத் தாவி
அளந்தோனும் தாம் இருப்பி - நாவில் இழை நக்கி
நூல்நெருடும் ஏழை அறிவேனோ? எம்பெருமானே,

மகாதேவா, உன் திருவிளை யாட்டுச் சிறப்புத்தான் என்னே! காதிலிருந்து விழுந்த குழையை மெல்லத் திருவடியால் எடுத்து மீட்டும் காதில் பூட்டிக்கொண்ட உன் செயலே, ஊர்த்துவ தாண்டவமாக அமைந்த அற்புதத்தை யும், அதனால் காளியன்னை தலைதாழ்ந்த சிறப்பையும் என்னவென்று சொல்வேன் !

(மறுபடியும் பாடுகிறார்.)

பூவில் அயனும் புரந்தரனும் பூவுலகைத் தாவி
அளந்தோனும் தாம்இருப்ப - நாவில் இழைநக்கி
நூல்நெருடும் ஏழை அறிவேனோ குழைநக்கும்
பிஞ்ஞகன்தன் கூத்து.[1]

[தேவர்களின் மகிழ்ச்சி ஆரவாரம்.)

தேவர்கள்: ஆ ஆ! என்ன நுட்பமான கலைத்திறமை! இந்தப் புலவர் பெருமான் இங்கிருந்தபடியே, இதை அறிந்தது, அதைவிட வியப்பு. இவர் வெறும் புலமை உடையவரல்லர்; தெய்வப்புலமை படைத்த பெருமான்!

குரல் அ:[2] உலகம் போற்றும் திருக்குறள் என்ற நூலை இயற்றிய திருவள்ளுவரைப்பற்றி இப்படி ஒரு கதை வழங்குகிறது. ஒருவருடைய பெருமையை உணர்த்த இவ்வாறு கதைகளைப் புனைந்து போற்றுவது இந்த நாட்டு மக்களுக்கு வழக்கமாக இருக்கிறது. ஆயினும் இதனூடே ஓர் உண்மை புதைந்துள்ளது. சிறந்த கவிஞன் பிறர் காணத் தவறிய, காண இயலாத, நுட்பங்களைக் காணும் ஆற்றலுள்ளவன். தேவரும் அறிய இயலாத நுட்பங்களை உணரும் ஆற்றல் பெற்றவர் திருவள்ளுவர் என்ற கருத்தையே இந்தக் கதை எடுத்துக் காட்டுகிறது. அவர் இயற்றியது திருக்குறள்.

---

1 தனிப் பாடல்.

2இவர் இந்த நிகழ்ச்சிமுழுவதும் விமரிசகரைப்போல இருந்து இடையிடையே அறிவிப்பார்.

இரண்டாயிரம் ஆண்டுகளுக்கு முன்பு தோன்றிய திருக்குறள் மனித வாழ்க்கை நன்றாகப் பயன்படும் வகையில் அமைவதற்குரிய சிறந்த நீதிகளைச் சொல்கிறது. எல்லாக் காலத்துக்கும் எல்லா நாட்டுக்கும் உரிய கருத்துக்களைக் கவிச்சுவையோடு சொல்வதால் அது நீதிநூலாக இருப்பதோடு சிறந்த இலக்கியமாகவும் நிலவுகிறது. காலத்தினால் மங்காத நூல் இது என்பதை இறையனார் என்னும் புலவர் பாடுகிறார்.

குரல் ஆ:[3] *எந்த இறையனார்? அந்தப் பாடல் எங்கே இருக்கிறது?*

குரல் அ: *மதுரையில் எழுந்தருளியிருந்த புலவர் அவர். ஆலவாயில் எழுந்தருளியிருக்கும் இறைவனே என்று சிலர் நம்புவர். அவர் பலரால் நன்கு மதிக்கப்பெற்றவர் என்பதுமட்டும் உண்மை. திருக்குறளைப் பாராட்டி ஐம்பத்து மூன்று புலவர்கள் பாடிய பாடல்கள் அடங்கிய தனி நூல் ஒன்று உண்டு. அதற்குத் திருவள்ளுவ மாலையென்று பெயர். அவர் பாட்டைக் கேட்கலாம்.*

(வேறு குரல் பாடுகிறது.)

என்றும் புலராது யாணர்நாள் செல்லுகினும்
நின்று அலர்ந்து தேன்பிலிற்றும் நீர்மையதாய்-குன்றாத
செந்தளிர்க் கற்பகத்தின் தெய்வத் திருமலர்போன்ம்
மன்புலவன் வள்ளுவன்வாய்ச் சொல்.

(மறுமுறை பாடுகிறது.)

---

3 இந்தக் குரல் கேள்வி கேட்டு விஷயங்களை விளக்கக் காரணமாக அமையும்.

குரல் அ: காலத்துக்கு ஏற்றபடி புதிய புதிய பொருள்கள் வாழ்க்கையில் இணைகின்றன. உடைமாறுகிறது; வீடு மாறுகிறது; ஊரே மாறிய தோற்றத்தோடு நிற்கிறது. ஆனால் மனித உள்ளம் எப்போதும் ஒன்றுதான். ஆகையால், மனிதனுடைய உள்ளத்தை நன்றாகத் தேர்ந்துணர்ந்த திருவள்ளுவர் மனித வாழ்க்கையின் அடிப்படையான உண்மைகளை அழகுபடச் சொல்லியிருக்கிறார். ஆதலால் திருக்குறள், என்றும் புலராது யாணர் செல்லுகினும் நின்று அலர்ந்து தேன் பிலிற்றுகிறது. இந்தக் கருத்தை இந்தக் காலத்தில் மேல்நாட்டுப் பேரறிஞர்களும் சொல்லியிருக்கிறார்கள். மதிப்புக்குரிய டபிள்யூ. ஹெச்.ட்ரூ பாதிரியார் என்ன சொல்கிறார் தெரியுமா?

வேறு குரல்: கருத்திலும் சொல்நடையிலும் ஒப்புயர்வற்று விளங்கும் நூல்களில் தலையாயதான திருக்குறள், அந் நாட்டிற்குரிய நூல்களில் ஒரு பகுதியாக இருப்பதாலும், மிகவும் உண்மையான தனிச்சிறப்பு வாய்ந்திருப்பதாலும், நமது கருத்தைக் கவரவல்லதாக இருக்கிறது திருக்குறள். சிற்சில சமூகப் பிரிவுக்கு மட்டும் உரியவனவான கருத்துக்களை ஒதுக்கி, யாவருக்கும் ஒருங்கே அமைவனவாகிய மட்டுமே தம் நூலில் ஆசிரியர் உண்மைகளை எடுத்துக் கூறுகிறார்.[4]

---

4 Called the first of works from which whether for thought or language there is no appeal, the Cural has a strong claim upon our attention as a part of the literature of the country and as a work of intrinsic excellence. The author passing over what is peculiar to particular classes of society and introducing such ideas only as are common to all, has avoided the uninteresting details. - Rev. W. H. Drew.

குரல் அ: குறள் முழுவதையும் ஆங்கிலத்தில் மொழி பெயர்த்த பெரியாராகிய ஜி.யூ. போப் அவர்கள் சொல்லுவதையும் கேட்கலாம்.

வேறு குரல்: திருக்குறள் முழுமையானது; திருவள்ளுவர் இந்த ஒரு நூலைத்தான் இயற்றினார். காலமென்னும் ஓடையிலே இது தொடர்ந்து நீந்தி, விள்ளாமல் விரியாமல் முழுசாக வந்திருக்கிறது. உருப்படியாக உள்ள நல்ல பாட பேதம் ஒன்றுகூட அதிலுள்ள பாடல்களுக்குக் கிடையாது. இது அதன் சொற்செறிவைக் காட்டும்.[5]

குரல் அ: வடமொழியில் பேராசிரியராகிய மேலை நாட்டுப் பேரறிஞர் எம். வின்டர் நீட்ஸ் என்பவர் திருக்குறளின் வியாபகத்தைப் பாராட்டுகிறார். அதற்குக் காரணம் இன்னதென்றும் சொல்கிறார். அவரைக் கேட்கலாம்.

வேறு குரல்: அவர் இனம், சாதி, வகுப்பு என்னும் வேற்றுமைகளைக் கடந்து நிற்கிறவர். அவர் உபதேசிப்பவை மனித இனத்துக்குரிய பொதுவான ஒழுக்கமும் பொதுவான அறிவுமேயாம். அந்த நூல் எங்கே பிறந்ததோ அந்த நாட்டினர் அதைப் படித்துப் பயின்று மிகச் சிறப்பாக மதிக்கிறார்கள் என்பதில் ஆச்சரியமே இல்லை; அந்த நூலைப் புற உலகம் தெரிந்துகொண்டதுமுதல் மேலைநாட்டில் அதற்குப் பல அன்பர்கள் உண்டாகிவிட்டார்கள்.

---

5 Complete in itself, the sole work of its author (The Kural) has come down the stream of ages absolutely uninjured, hardly a single various reading of any importance being found. -Res. G.U. Pope.

குரல் ஆ: *நம் நாட்டில் சமீபத்தில் வாழ்ந்த பேரறிஞர்களில் யாரேனும் இந்தக் கருத்தைச் சொல்லியிருக் கிறார்களோ?*

குரல் அ: *எவ்வளவோ பேர் சொல்லியிருக்கிறார்கள். "திறமான புலமையெனில் வெளிநாட்டார் அதை வணக்கம் செய்தல் வேண்டும்" என்று பாரதியார் கூறினாரல்லவா? அதனால் மேல் நாட்டாருடைய பாராட்டுரைகளைச் சொன்னேன். பாரதியாரே திருவள்ளுவர் உலகப் பொது நூலைத் தந்தவர் என்று பாடியிருக்கிறாரே.*

(வேறுகுரல் பாடுகிறது)

வள்ளுவன் தன்னை உலகினுக் கேதந்து
வான்புகழ் கொண்ட தமிழ்நாடு
உலகினுக் கேதந்து
வான்புகழ் கொண்ட தமிழ்நாடு.

குரல் அ: *பலமொழி வல்லவரும் திருக்குறளை ஆங்கிலத்தில் மொழிபெயர்த்தவருமாகிய வ.வே.சு. ஐயரவர்கள் சொல்வதையும் கேட்காமல் இருக்கலாமா?*

வேறு குரல்: *திருவள்ளுவர் உலகத்துக்கு அளித்த. இந்த நூலைப்போல முழுமையான உருவமும், கருத் தாழமும், உணர்ச்சியின் மாட்சியும், ஒழுக்கத்தில் அன்பும் கொண்ட நூல்கள் மிக அரியனவாகவே தம்முடைய காலத்துக்கும் நாட்டுக்குமேயன்றி எல்லாக் காலத்துக்கும் மனித சாதி*

அனைத்திற்கும் பயன்படும் உபதேசங்களைச் செய்த ஞானியர்களில் அவர் ஒருவர்.[6]

குரல் அ: ஆம். அவர் இரண்டாயிரம் ஆண்டுகளுக்கு முன் சொன்ன கருத்துக்கள் இன்றும் புத்தம் புதி யனவாய் உள்ளன. கதிரவனைப்போல, திங்களைப் போல, தென்றலைப் போல, காலத்தால் பழையனவானாலும் பயனால் புதியவையாக விளங்குகின்றன. அதை இனிப் பார்ப்போம்.

குரல் அ : உலகமெல்லாம் போற்றும் மகாத்மாவாகிய காந்தியடிகள் மற்ற எல்லாப் பண்புகளையும்விடச் சிறந்தனவாகச் சத்தியத்தையும் அஹிம்சையையும் எடுத்துச் சொன்னார். அந்த இரண்டையும் கடைப்பிடித்தால் தனிமனிதனானாலும் நாடானாலும் உயர்வை அடையலாம் என்பதை அவர் பல சமயங்களில் பலவகைகளில் வற்புறுத்தி யிருக்கிறார். இதோ அவர் உபதேசத்தைக் கேட்கலாம்.

வேறு குரல்: சத்தியமே கடவுள் என்பதை உணர் வதே பற்றற்றுப் பெறுகிற விடுதலை. அத்தகைய உணர்வு திடீரென்று ஏற்பட்டுவிடாது. நமக்கு உரியதன்று இவ்வுடல். அது இருந்துகொண்டிருக்கும் வரையில்

---

6 Tiruvalluvar has given to the world a work to which, in perfection of form, profundity of thought, nobleness of sentiment, and earnestness of moral purpose, very few books.........can at all be compared.

He is one of those goers whose message is intended not merely for their own age of country but all time and for all mankind.

-V. V. S. Aஇyar, in his Preface to his translation of the Kural..

நல்வழிக்கு ஒப்படைக்கப்பட் டிருக்கும் ஒரு கருவியாக அதை நாம் உபயோகப் படுத்த வேண்டும் ...... அஹிம்சையைக் கடைப்பிடித் தாலன்றிச் சத்தியத்தை நாடுவது என்பதோ அடைவது என்பதோ இயலாது. அஹிம்சையும் சத்தியமும் ஒன்றுக்கொன்று பலமாகப் பிணைப்புண் டிருப்பவை. அவற்றை வேறாக்குவதோ, பிரிப்பதோ முடியாத காரியம்.

ஒரு காசின் இரு பக்கங்களை அல்லது முத்திரை இடப்படாத வழுவழுப்பான உலோகத்தால் ஆகிய வட்டத்தைப் போன்றது அது. அதில் முன்பக்கம் இன்னது, பின் பக்கம் இன்னது என்று யாரால் சொல்லமுடியும்? என்றாலும் அஹிம்சையே வழி, சத்தியமே குறிக்கோள்: ஏற்றதோர் வழி நமது சக்திக்கு உட்பட்ட தாகவே இருக்கவேண்டும். ஆகையால் அஹிம்சை நமது முக்கியமான கடமை.

குரல் அ: அஹிம்சையைக் கடைப்பிடித்தால் சத்திய மென்னும் குறிக்கோளைச் சாரலாம் என்பது காந்தியடிகள் கருத்து. வேறு பல இடங்களில் அஹிம்சையையும் சத்தியத்தையும் மிகவும் தலையான மரபுகளாக வற்புறுத்திச் சொல்கிறார். இந்தக் கருத்தைக் கிட்டதட்ட இரண்டாயிரம் ஆண்டுகளுக்குமுன்பே திருவள்ளுவர் சொல்லியிருக்கிறார் என்பது வியப்பைத் தருகிறதல்லவா? சுருக்கமான வடிவத்தில் இருந்தாலும் பெருக்கமான பொருளைத் தரும் குறள் அது. வள்ளுவர் பாடுகிறார்.

வேறு குரல்: *(பாடுகிறது.)*

ஒன்றாக நல்லது கொல்லாமை;

ஒன்றாக நல்லது கொல்லாமை;
மற்று அதன் பின்சாரப் பொய்யாமை நன்று.
நல்லது கொல்லாமை,
ஒன்றாக நல்லது கொல்லாமை - மற்று
அதன் பின்சாரப் பொய்யாமை நன்று.[7]

குரல் அ: கொல்லாமையை முதலில் வைத்தார். அதன்பின் சார் வருவது, பொய்யாமை என்னும் சத்தியம். ஏதோ முதலிடம் கொல்லாமைக்கு என்றும் இரண்டாம் இடம் உண்மைக்கு என்றும் வைத்ததாகக் கொள்ளக்கூடாது. கொல்லாமை முதலில் வேண்டும். அதனோடு இணைந்து பிரிவின்றிப் பொய்யாமை வரவேண்டும். அதாவது, கொல்லாமை இல்லாவிட்டால் பொய்யாமை பயனுறாது. இப்படி நுணுக்கமாகப் பொருளை அமைக்கிறார் திருவள்ளுவர். சின்ன உருவத்தில் பெரிய கருத்துக்களைச் சொன்னவர் அவர். அதனால்தான் பர்ஸிவல் துரை கூறுகிறார்:

வேறு குரல்: அவர் தாம் கூறும் அறிவுரையை ஆற்றலுடன் சுருக்கமாகவும் சொல்லியிருக்கிறார். மனித மொழிகளில் இந்தத் திறமையை மிஞ்ச வேறு நூல் இல்லை.[8]

---

7 குறள்,323.

8 *Nothing certainly in the whole compass of human language can equal the force and terseness of the sententious dis titches in which the author conveys the lesson of wisdom he utters.*
-Rev. Percival.

குரல் அ: மகரிஷி வ.வே.சு.ஐயர், சுருங்கச்சொல்லி விளங்கவைக்கும் இந்தப் பேராற்றலை மிக அழகாகப் பாராட்டுகிறார்.

வேறு குரல்: எந்த மனிதரும் கூறாத மிகமிக ஆழமான கருத்துக்களை இப்புலவர் ஏழு சீர்களே உடைய சிறிய பாட்டில் செறித்து அமைத்திருக்கிறார். இந்தச் சிறிய கருவியை வைத்துக்கொண்டு பெரிய வித்துவான் சங்கீதக் கச்சேரி செய்வதுபோலச் செய்து விடுகிற அழகுதான் என்னே! ஒளிவிடும் நகைச் சுவை, திட்பமான சொல்லாற்றல், கற்பனை, முரண் பாட்டு நயம், அழகிய வினா, சித்திரம் போன்ற உவமை. இப்படி இந்த உயர்ந்த கலைப் படைப்பில் கருவிலே திருவுடைய கவிஞர்கள் ஆளும் ஆயிரம் உத்திகளில் எதையும் இவர் விடவே இல்லை.[9]

குரல் அ: இந்தப் பண்பைத் திருவள்ளுவ மாலையில் கபிலர் என்னும் புலவர் ஓர் உவமையுடன் முன்பே சொல்லிவிட்டார்.

வேறு குரல்:
(பாடுகிறது.)

---

9 It is within the compass of these seven feet that our author has compressed some of the profoundest thoughts that have ever been uttered by man, And how like a master he plays on this tiny instrument! Sparkling wit and humour, the pointed statement, fancy, irony, the naive question, the picturesque simile, there is not one of these and others of the thousand tricks of the born artist that our author has not employed in this perfect masterpiece of art.
—-V. V. S. Aiyor, Preface to the Kural,

தினையளவு போதாச் சிறுபுல் நீர் நீண்ட
பனையளவு காட்டும் படித்தால் - மனை அளகு
வள்ளைக்கு உறங்கும் வளநாட - வள்ளுவனார்
வெள்ளைக் குறட்பா விரி.

குரல் அ : *வள்ளுவனாருடைய வெள்ளைக் குறட்பா, அதாவது குறள்வெண்பா தினையளவு போதாச் சிறுபுல் நீராம். காலை நேரத்தில் சிறிய புல்லில் சிறுமுத்துப்போல நிற்கிறதே, அந்தப் பனித் துளியைத்தான் சொல்கிறார். உருவத்தில் அது சிறியதாக இருந்தாலும், அதற்குள்ளே அருகில் உள்ள பனையின் முழுவடிவமும் தெரிகிறதல்லவா? சிறிய துளியில் பெரிய பனை. குறட்பாவை விரித்தால் அந்தப்பொருள் அந்தப் பனைபோல விரியுமாம். பனைமட்டுமா? இன்னும் பெரிதாகக்கூட விரியும். அடுத்த பாட்டில் பரணர் என்ற புலவர் இந்த விரிவுக்கு வேறு ஓர் உபமானத்தைச் சொல்கிறார்.*

குரல் ஆ: *பனித்துளியில் பனையைக் கண்ட அதிசயம் என்றது கபிலர் பாட்டு. பரணர் பாட்டு என்ன புதிய உவமையைச் சொல்லப்போகிறது?*

குரல் அ: *திருமாலின் வாமனாவதாரத்தைப் பரணர் உவமை காட்டுகிறார். வாமனராக வந்த பெருமான் தம் இரண்டே அடியால் உலகம் முழுவதையுமே அளந்துவிட்டார் அல்லவா? அதே மாதிரி வள்ளுவரும் குறளின் இரண்டடியாலே- ஆம் குறள்வெண்பாவுக்கு இரண்டு அடிகளே உண்டு. அந்த இரண்டடிகளாலே வையத்தார் எண்ணுவன எல்லாவற்றையும் தாம் ஓர்ந்து அளந்துவிட்டாராம். அந்தப் பாட்டையே கேட்கலாமே.*

வேறு குரல்:
(பாடுகிறது.)

மாலும் குறளாய் வளர்ந்து இரண்டு மாண் அடியால்
ஞாலம் முழுதும் நயந்து அளந்தான் - வாலறிவின்
வள்ளுவரும் தம்குறள்வெண் பாவடியால் வையத்தார்
உள்ளுவஎல் லாம்அளந்தார் ஓர்ந்து.[10]

குரல் ஆ: காலத்தால் மங்காத கருத்தைத் திருவள்ளுவர் சுருங்கிய உருவில் மணிகளைப்போல உருட்டித் திரட்டித் தந்திருக்கிறார் என்பதை இப்போது நன்றாக உணர முடிகிறது. இன்னும் ஓர் உதாரணம் இருந்தால் அந்தக் கருத்தைத் திண்ண மாகத் தெரிந்துகொள்ளலாம்.

குரல் அ: முன்னே சொன்னது அறத்துப்பாலில் வரும் பாட்டு. திருக்குறள் அறம், பொருள், இன்பம் என்று மூன்று பெரும் பிரிவாகப் பிரிக்கப்பட்டுள்ளது. தனிமனிதன் வாழ்க்கைப் பண்புகளைச் சொல்வது அறத்துப்பால்.சமுதாயத்தின் வாழ்க்கை பற்றிய பகுதிகளைச் சொல்வது பொருட்பால். ஒருவனும் ஒருத்தியும் பிறவி தோறும் வந்த தொடர்பினால் நயந்து, உள்ளமொன்றிக் காதல் செய்து வாழ்வதைச் சொல்வது, காமத்துப்பால், 1330 பாடல்களால் உலகத்தார் உள்ளுவன எல்லாம் ஓர்ந்து பாடியிருக்கிறார். தனிமனிதப் பண்பைச் சொல்லும் அறத்துப்பாலில் வருவதே கொல்லாமை யையும் பொய்யாமையையும் சொன்ன பாட்டு. இனி, சமுதாய வாழ்வைப்பற்றிச் சொல்லும் பொருட்பாலில் வரும் பாட்டு ஒன்றைப் பார்ப்போம்.

---

10 திருவள்ளுவ மாலை, 6.

குரல் ஆ: *சமுதாய வாழ்வு எப்போதும் ஒன்றாகவே இருப்பதில்லையே! முடியரசு, குடியரசு என்று வெவ்வேறு வகையில் நாட்டின் ஆட்சி அமைகிறது; அதற்கு ஏற்றபடி சமுதாய வாழ்வு இருக்கிறது. திருவள்ளுவர் அமைக்கும் சமுதாயம் எத்தகையது?*

குரல் அ: *அரசனைச் சமுதாயத் தலைவனாகக் கொண்ட காலம் அவர் காலம். ஆகவே, அவர் முடியரசின்கீழ் வாழும் சமுதாயத்தையே எண்ணிச் சொல்கிறார். ஆயினும் முடியரசானாலும் குடியரசானாலும் ஆட்சி முறை யென்பது எப்போதும் இருக்கும் அல்லவா? அந்த ஆட்சி முறை பற்றி அவர்கூறிய கருத்துக்கள் எக்காலத்துக்கும் பொதுவாக இருக்கின்றன. ஒரு காட்சியைப் பார்க்கலாம்.*

(மாற்றம்.)

வழிப்போக்கன் : *இது என்ன? மனித நடமாட்டமே இல்லாத வழியாக இருக்கிறதே! நாமோ மடியில் கனத்தோடு இருக்கிறோம். கடவுளே! எப்படி நாம் இந்த இடத்தைக் கடந்து செல்லப் போகிறோமோ தெரியவில்லையே!*

(காலடிகளின் ஓசை.)

வழிப்போக்கன் : *யார் ஐயா நீங்கள்?*

திருடன்: *(முரட்டுக் குரல்) எங்களையா கேட்கிறீர்? உம்முடைய மடிக்கனத்தை இறக்கி நன்மை செய்ய வந்திருக்கிறோம். இங்கே பார் ஐயா! மடியில்*

இருப்பதைக் கீழே வைக்கிறீரா? இல்லை, இந்த வேலுக்கு இரையாகிறீரா?. உம். என்ன யோசிக்கிறீர்? எடுத்து வையும் ஐயா! இந்த வழியில் நான் தலைவன் என்பது உமக்குத் தெரியாதா?

வழிப்போக்கன்: கடவுளே!

திருடன்: கடவுள் உம்முடைய உதவிக்கு வரமாட்டார். எடுத்து வையும்.

(தனிமையைக் குறிக்கும் வாத்திய இசை.)

குரல் அ: இப்போது மற்றொரு காட்சியையும் கவனிக்கலாம்.

[மாற்றம்.]

அமைச்சர் குரல்: மகாராஜாதி ராஜ ராஜமார்த்தாண்ட வீரபூபதி பாண்டிய மன்னர் தங்களிடம் பணிந்து ஒரு கோடிப் பொன் இரந்து பெற்றுவரச் சொன்னார், வணிகர் பெருமானே!

வணிகர் : அமைச்சர் தலைவரே, இதற்கு நீங்கள் வர வேண்டுமா? அரசரிடம் இல்லாத பொருளா என்னிடம் இருக்கப்போகிறது?

அமைச்சர்: இல்லை இல்லை; நீங்கள் பொருளில் அரசரைவிடப் பெரியவர்கள். இதோ அரசருடைய முத்திரை மோதிரம் பாருங்கள். மிகவும் அவசரமாக வேண்டுமாம்; தயை செய்து தருவீர்களா?

(பொற்காசுகள் கொட்டும் கலகல ஒலி. அமைச்சர் போகிறார்.)

வேறு ஒரு குரல் : போய்விட்டானா பாவி? எத்தனை பொன் கொடுத்தீர்கள் வணிகரே!

வணிகர் : வா அப்பா, வா; அரசர் பணிந்து கேட்கச் சொன்னாராம்! அதிகாரம் பணிவது என்றால் பொருள் உண்டா? உயிர் இரக்கும் கொடுங்கூற்று அல்லவா அது ? என் செய்வது? ஆயிரம் பொன் கொடுத்துத் தொலைத்தேன். இல்லாவிட்டால் அதிகாரம் இருக்கிறது ஏதும் செய்ய.

[மாற்றம்.]

குரல் அ : முன்னே கண்டோமே, ஆறலை கள்வன் வேலைக் காட்டி வழிப்போக்கன் மடியில் இருப்பதை வைக்கச் சொன்ன காட்சி, அதற்கும் இதற்கும் வேற்றுமை உண்டா? இல்லை என்று சொல்கிறார் வள்ளுவர்.

வேறு குரல்:
(பாடுகிறது.)

வேலொடு நின்றான் இடு என்றது போலும்
கோலொடு நின்றான் இரவு.

குரல் அ : வேலொடு நின்ற வழிப்பறிக்காரன், மடியில் இருப்பதைக் கீழே வை ஐயா என்றது போன்றதுதான், அதிகாரத்தோடு நிற்பவன் ஒரு குடிமகனை இரந்து

கேட்பது என்பதை எவ்வளவு சுருக்கமாகச் சொல்கிறார் வள்ளுவர்! இது எல்லாக் காலத்துக்கும் பொருந்துவது அல்லவா? முன்னே அடிமைப்பட்ட இந்தியாவில் போர்க்கடன் என்று அரசியலார் செல்வர்களிடம் பொருள் திரட்டினார்கள். அதிகாரிகள் அவர்களிடம் சென்று கேட்டுக் கொண்டார்கள்; கொடுக்க வேண்டும் என்று பணிவாகச் சொன்னார்கள். ஆனால், அந்தப் பணிவு தோற்றத்தளவில்தான். அதிகாரத்தின் மற்றோர் உருவந்தான் அது. ஆகவே, அதையும் இந்தக் குறளுக்கு எடுத்துக் காட்டாகச் சொல்லலாம் அல்லவா?

குரல் ஆ: நன்றாகச் சொல்லலாம். வரும் காலத்திலும் இந்தக் குறளுக்கு உதாரணமாகப் பல நிகழ்ச்சிகள் நிகழலாம்; எந்த நாட்டிலும் நிகழலாம்.

குரல் அ: ஆகவே இறையனார் சொன்னாரே, அது எவ்வளவு பொருத்தமானது என்பது இப்போது தெளிவாகும்.

வேறு குரல்:
(பாடுகிறது.)

என்றும் புலராது யாணர்நாட் செல்லுகினும்
நின்று அலர்ந்து தேன்பிலிற்றும் நீர்மையதாய்க் - குன்றாத
செந்தளிர்க் கற்பகத்தின் தெய்வத் திருமலர்போன்ம்
மன்புலவன் வள்ளுவன்வாய்ச் சொல்.

[மாற்றம்.]

குரல் அ : திருக்குறளின் மற்றப் பண்புகளையும் பார்க்க வேண்டாமா? ?

குரல் ஆ: அது கவிதைச் சுவை அமைந்தது என்று சொன்னீர்களே; நீதி நூலல்லவா?

குரல் அ: தேனே மருந்தானாற்போல நீதி நூலே கவிதை வடிவில் இருக்கிறது. அதன் கவிப் பண்பைப் பற்றி மதிப்புக்குரிய ஜி.யூ.போப் கூறுகிறார்.

வேறு குரல் : குறள் இவ்வளவு சிறப்புற்றிருப்பதற்கு அதன் அற்புதமான கவிதை வடிவம் பெரிய காரணமாக இருக்கிறது. அந்த உருவத்தில் அமைந்த சொற்சுருக்கம் இந்தத் தமிழ்ப் பெருநாவலரின் திருவாக்குக்குத் தெய்வத் தன்மையைத் தருகிறது.[11]

குரல் அ : எம்.ஏரியல் என்ற பேரறிஞர் சொல்வதை மகாத்மா காந்தியடிகள் குறித்திருக்கிறார். நாம் அதை கேட்க வேண்டாமா?

வேறு குரல் : குறள் தமிழ் இலக்கியத்திலே தலை சிறந்த படைப்பு, உயர்வும் தூய்மையும் உள்ள மனித சிந்தனையின் அற்புத வெளியீடு அது.

குரல் அ : டாக்டர் கிரௌல் இரத்தினச் சுருக்கமாகச் சொல்வது எத்தனை அழகாக இருக்கிறது!

---

11 The Kural owes much of its popularity to its equisite poetic form. The brevity rendered necessary by the form gives an oracular effect to the utterances of the great Tamil Master of sentences.
- Rev. G. U. Pope.

வேறு குரல்: அதனால் உண்டாகும் இன்ப விளைவை எந்த மொழிபெயர்ப்பைக் கொண்டும் புலப்படுத்த முடியாது. வெள்ளித் தாம்பாளத்தில் வைத்துத் தந்த பொற்கனி அது.[12]

குரல் அ: அதன் சொல்லினிமையும் பொருள் இனிமையும் சுருக்கமான வடிவும் பாடல்களை நம் உள்ளத்தில் நன்றாகப் பதித்துக்கொள்ள உதவுகின்றன; நினைக்க நினைக்க இன்பத்தைத் தருகின்றன. அதனால்தான் மாங்குடி மருதனார் என்ற புலவர், உள்ளும்போதெல்லாம் உள்ளத்தை உருக்கும் என்று சொல்கிறார். அவர் திருவள்ளுவர் மாலையில் சொல்லியிருப்பது இது :

வேறு குரல்:
(பாடுகிறது.)

ஓதற்கு எளிதாய் உணர்தற்கு அரிதாகி
வேதப் பொருளாய் மிகவிளங்கித் தீதற்றோர்
உள்ளுதோ றுள்ளுதோ அள்ளம் உருக்குமே
வள்ளுவன் வாய்மொழி மாண்பு.

குரல் அ : திருவள்ளுவர் எப்படிக் கவிதைப் பண்பை ஏற்றியிருக்கிறார் என்பதற்குச் சில உதாரணங்களைப் பார்க்கலாம். நுட்பமான உணர்ச்சிகளைத் திட்பமாக உருவாக்கிச் சொல்ல வல்லவன் கவிஞன்.

---

12 No translation can convey an idea of its charming effect. It is truly apple of gold in a net-work of silver.
-Dr. Graul

குரல் ஆ: அப்படியென்றால் விளங்கவில்லையே! சற்று விளக்குங்கள்.

குரல் அ : புள்ளிக்குப் பரிமாணம் இல்லை என்று ஜியோமிதி கூறுகிறது. ஆனாலும் அதை எப்படிக் காட்டுகிறார்கள் தெரியுமோ?

குரல் ஆ: இரண்டு கோடுகளைக் குறுக்கே சந்திக்கும் ஆ படி போட்டுச் சந்திக்கும் இடமே புள்ளி என்று சொல்வார்கள்.

குரல் அ: அதுபோலத்தான் நுட்பமான ஒன்றைத் திட்பமான சூழ்நிலைகளைக் காட்டிப் புலப்படுத்துவது கவிஞன் திறங்களில் ஒன்று. இதோ இந்தக் காட்சியைப் பார்க்கலாம்.

[மாற்றம்.]

ஒரு குரல்: பக்கத்து வீட்டுக்காரனுக்கு இந்த ஆண்டில் இருபதினாயிரம் ரூபாய் லாபம் வந்ததாமே?

மறு குரல் : ஆமாம்; அதற்கு மேலும் வந்ததாகச் சொல்கிறார்கள்.

முன்னவர்: அப்படியா? இவ்வளவு பணத்தை அவன் மட்டும் அடைந்தானே! எனக்குக் கிடைக்கவில்லையே! அதைக் கேட்கும்போதே எனக்கு என்னவோ செய்கிறதே!

மறு குரல்: *உமக்கு என்ன ஐயா குறைவு ? எதற்காக இத்தனை பொறாமைப்படுகிறீர்?*

முன்னவர்: *அவனுக்குக் கிடைத்தது எனக்குக் கிடைக்காமல் போனது குறையல்லவா?*

[மாற்றம்.]

குரல் அ: *அந்த வீட்டில்- ஆம் பொறாமைக்காரனாகிய அவனுடைய வீட்டில்-என்ன நிகழ்கிறது தெரியுமா?*

[மாற்றம்.]

பெண்குரல்: *என்ன, இன்னும் அக்காள் வரவில்லையே! இனியும் இந்த வீட்டில் நான் தங்கக் கூடாதே! இந்தப் பொறாமைக்காரன் வீட்டில் இனி இருக்கவேண்டியவள் என் அருமை அக்காளல் லவா ?- ஆ, அதோ வந்துவிட்டாள்; வா அக்கா வா ! நீ எப்படி வந்தாய்?*

[அழுகைபோன்ற ஒலி பின்னணியில்.]

மூதேவி: *நான் புறக்கடை வழியாக வந்தேன். உன் வீடாக இருந்த இதை என் வீடாக்கப் போகிறாயா திருமகளாகிய உன்னை வைத்துப் போற்றத் தெரிய வில்லையே இந்த மனிதனுக்கு!*

சீதேவி: *அது கிடக்கட்டும். இதோ இந்த ஆசனத்தில்தான் நான் இருந்தேன். எனக்கு இனி இங்கே வேலை இல்லை. சீதேவியாகிய நான் இருந்த காலத்தைப் பற்றி இவன் பின்னாலே நினைப்பானோ இல்லையோ; அதைப் பற்றிக் கவலை இல்லை. எனக்கு மூத்தவளாகிய நீ*

இங்கே சுகமாக இரு. எல்லா வகையிலும் உனக்கு ஏற்ற இடம் இது.

மூதேவி: *நீயும் இங்கே இருக்கப்போகிறாயா?*

சீதேவி: *நன்றாகச் சொன்னாய்! நீ வந்த பிறகு எனக்கு இங்கே என்ன வேலை? நீ இங்கே கவலை இல்லாமல் இரு; நான் போய் வருகிறேன்.*

[மாற்றம்.]

குரல் அ : *சீதேவி மூதேவிக்கு அந்த இடத்தைக் காட்டிவிட்டுப் போய்விடுகிறாள்.*

குரல் ஆ: *பாம்! அழுக்காறுடையவன் கதி அதோ கதிதான்.*

குரல் அ: *அழுக்காறுடையவன் தன்னிடம் உள்ள பொருளையும் இழந்து வறுமையில் ஆழ்வான் என்ற உண்மையையே இப்படி நாடகக் காட்சிபோல வைத்துச் சொல்கிறார் வள்ளுவர். அவர் பாட்டைக் கேட்கலாம்.*

வேறு குரல்: *(பாடுகிறது.)*

அவ்வித்து அழுக்காறு உடையானைச் செய்யவள்
தவ்வையைக் காட்டி- விடும்.
அழுக்காறு உடையானைச்
செய்யவள் விடும்- தவ்வையைக்
காட்டி விடும்.

குரல் ஆ: நல்ல கவிச் சித்திரம்! நுட்பமான பண் பைத் திட்பமான பாத்திரங்களைக் கொண்டு ஒரு காட்சியைப்போல அமைத்துக் காட்டும் இதன் அருமை போற்றத்தக்கதே.

[மாற்றம்.]

குரல் அ : இன்னும், சொல்லும் பாணியிலே, கேட்பவர்களின் ஆவலைத் தூண்டும் வகையில் ஒன்றைச் சொல்வதும் கவிஞனுடைய உத்திகளில் ஒன்று.

குரல் ஆ: அதற்கும் குறளில் உதாரணம் உண்டு அல்லவா?

குரல் அ: ஆம்; அதைத்தான் சொல்ல வருகிறேன். அழுக்காறு என்னும் பொறாமையைத் திருவள்ளுவர் வெறுக்கிறவர். அப்படியே வறுமையையும் வெறுக்கிறவர். இந்தக் கருத்தைத் தமிழ்த் தாத்தா டாக்டர் சாமிநாத ஐயரவர்கள் எப்படிக் கூறுகிறார் தெரியுமா?

வேறு குரல் : புலவர்மாட்டு இத்தகைய பேரன்புடைய பெரியார் அப்புலவர்பால் வறுமை குடிகொண்டிருத்தலை அறிந்து மிக வருந்தி இரங்குகிறார்.

"பொச்சாப்புக் கொல்லும் புகழை, அறிவினை
நிச்ச நிரப்புக்கொன் றாங்கு"

என்பதில் வறுமையானது அறிவுடையார் அவ்வறி வினையும் மறந்து ஒழுகச் செய்யும் கொடுமையை உடையது என்பதைக் குறிப்பிடுகின்றார். புலவர்கள் இங்ஙனம் இருக்கும் உலக இயல்பை,

'இருவே றுலகத் தியற்கை; திருவேறு;
தெள்ளிய ராதலும் வேறு'

என்று நொந்து கூறுகின்றார். அத்தகைய புலவர்களை இரந்துண்டு வாழவைத்த கொடுமையால்,

'இரந்தும் உயிர்வாழ்தல் வேண்டின், பரந்து
கெடுக உலகுஇயற்றி யான்'

என்று பிரமனுக்குச் சாபம் கொடுக்கிறார். இவருடைய வெறுப்பு முழுவதும் சேர்த்து, "இன்மை என ஒரு பாவி" என்று வையும் பாட்டில் வெளிப்படுகின்றது.

வறுமையைப் பாவி யென்று வைத்து போலவே அழுக்காற்றையும் பாவியென வெறுக்கின்றார்.

"அழுக்கா றெனஒரு பாவி திருச்செற்றுத்
தீயுழி உய்த்து விடும்"

என்று கூறுவதைக் காண்க. இதனால் பொறாமைக் குணத்தையும் இவர் அதிகமாக வெறுத்தாரென்று தெரிகிறது.

[மாற்றம்.]

குரல் ஆ: கவிதைப் பண்புக்கு வாருங்கள்.

குரல் அ: அதைச் சொல்லத்தான் வந்தேன். பாவி யென்று குணத்தையே வைகிறார் திருவள்ளுவர். அந்த வசவைப் பெறும் குணங்களில் ஒன்று வறுமை. அதன் கடுமையை வேறு ஒரு பாட்டில் சொல்ல வருகிறார் திருவள்ளுவர்.

குரல் ஆ: அப்படிச் சொல்லும் முறையில் கவிச் சுவை அமைந்திருக்கிறது என்று சொல்லப் போகிறீர்களா?

குரல் அ: ஆம்; ஆவலைத் தூண்டிவிடும் வகையில் அதைச் சொல்கிறார்.

குரல் ஆ: எப்படி?

குரல் அ : வறுமையை இன்மை என்னும் சொல்லால் குறிக்கிறார். வள்ளுவரையும் அவர் உபதேசத்தைக் கேட்பவரையுமே இங்கே கொண்டுவந்து நிறுத்தி ஒரு காட்சியைக் கற்பனை செய்யலாமென்று தோன்றுகிறது.

[மாற்றம்.]

வள்ளுவர்: இன்மையின் கடுமையை என்னென்பது! அதை உவமை கூறி விளக்கினால் உங்களுக்கு விளங்கும். நீங்களும் வறுமையைப்பற்றித் தெரிந்து கொண்டிருப்பீர்களே; நீங்களே உங்கள் சிந்தனையைத் தூண்டிப் பாருங்கள். எதை உவமை கூறலாம் என்று ஆராய்ந்து பாருங்கள்.

இன்மையின் இன்னாதது யாது?

ஒரு குரல்: *நாம் யோசிக்கலாமே! மிகக் கொடுமை யான வறுமைக்கு எதை உவமையாகச் சொல்லலாம்? நெருப்பைச் சொல்லலாமா?*

மற்றொரு குரல்: *நெருப்பா? அது எத்தனை நல்ல காரியங்களைச் செய்கிறது ! அதைச் சொல்லலாமா?*

முதற் குரல்: *அப்படியானால் நோயைச் சொல்லலாமா?*

மற்றொரு குரல் : *நோயால் உடம்புதானே நலிவு பெறும்?*

முதற் குரல் : *பின்னே எதைச் சொல்வது? கடன் வாங்கினவன் படும் தொல்லையைச் சொல்லலாமா? அருமைப் பிள்ளையை இழந்தவன் துயரைச் சொல்லலாமா?*

வள்ளுவர் : *இன்னும் உவமையைக் கண்டுபிடிக்க வில்லையா?*

இன்மையின் இன்னாதது யாது?

இரண்டாவது குரல் : *பாம்பைச் சொல்லலாமா? காட்டு விலங்கைச் சொல்லலாமா? நஞ்சைச் சொல்லலாமா?*

வள்ளுவர்: ஒன்றும் தெரியவில்லையா? நான் சொல்லட்டுமா?

ஒரு குரல் : *(மெல்ல)* சொல்லப் போகிறார் போலிருக்கிறதே!

வள்ளுவர்: இன்மையின் இன்னாதது யாது - எனின்?......

இரண்டாவது குரல் : *(மெல்ல)* நல்ல வேளை! புலவர் பெருமானே நம் தவிப்பை அறிந்து நம் உதவிக்கு வருகிறார், அவருக்குத்தான் தக்கபடி உவமை சொல்லத் தெரியும். பேசாதீர்கள். அவர் சொல்வதைக் கேட்கலாம்.

வள்ளுவர் : இன்மையின் இன்னாதது யாது - எனின்?......

முதற் குரல் : *(மெல்ல)* என்ன இது? இன்னும் சொல்லாமல் நம்மைத் தவிக்க விடுகிறாரே! இவர் எதைச் சொல்லப் போகிறார்?

வள்ளுவர் : இன்மையின் இன்னாதது யாது ?-எனின். இன்மையின் -

இரண்டாவது குரல்: *(மெல்ல)* ஆ! இதோ உவமை வரப்போகிறது. வள்ளுவர் உவமைக்குத் தனிச் சிறப்பு உண்டல்லவா?

வள்ளுவர் : இன்மையின் இன்னாதது யாது? - எனின்...... இன்மையின் -

முதற் குரல்: *(மெல்ல)* பெருமூச்சு விடாதீர்கள். இதோ திருவள்ளுவர் திருவாக்கிலிருந்து உவமை நழுவி விழப்போகிறது. கவனியுங்கள்.

வள்ளுவர்: இன்மையின் இன்னாதது யாது?-- எனின் இன்மையின் - இன்மையே இன்னாதது.

முதற் குரல் : ஆ! எத்தனை அழகாகச் சொல்லி விட்டார்? வறுமையைப்போலக் கொடுமையானது எது என்றால், வறுமையைப்போல வறுமையே கொடுமையானதாம்.

இரண்டாவது குரல்: உவமை சொல்லி மாளாது என்பதையல்லவா, நம் ஆவலைத் தூண்டிச் சடுகுடுக் காட்டி அழுத்தமாகப் புலப்படுத்திவிட்டார்?

[மாற்றம்.]

குரல் அ : திருவள்ளுவர் வறுமையின் கொடுமையை, அது இன்னாதவற்றுள் தலைசிறந்தது என்பதை, அழகிய முறையில் தெளிவாக்குகிறார். உவமையே இல்லாத கொடியது அது என்று சொன்னால் உப்புச்சப்பு இல்லாமல் இருக்கும். உவமையைக் கேட்பார் போன்று ஒரு கேள்வியை எழுப்புகிறார். இன்மையின் இன்னாதது யாது என்ற அந்தக் கேள்வியைக் கேட்கும்போது, நாம் நம் அநுபவத்தில் வந்த கொடுமைகளையெல்லாம் அடுக்கிப் பார்க்கிறோம். ஒன்றும் சரிப்படுவதில்லை. பிறகு அவரே சொல்லப்புகுவார் போல, "இன்மையின் இன்னாதது யாது? எனின்" என்று தொடங்கி இன்மையின் என்று அதை நீட்டி, கடைசியில் அதற்கு அதுவே உவமை என்று சொல்லிவிடுகிறார். பாட்டை மறுமுறையும் கேட்போமா?

வேறு குரல்:
(பாடுகிறது)

**இன்மையின் இன்னாதது யாது, எனின், இன்மையின்
இன்மையே இன்னாதது.**

குரல் ஆ: *அழகான கவிதை! அற்புதமான உத்தி. இறையனார் சொன்னதுபோல இது நின்று அலர்ந்து தேன் பிலிற்றும் நீர்மையதுதான். இன்னும் வள்ளுவர் ஆளும் கவிதை உத்திகளைக் கேட்க விரும்புகிறேன்.*

[மாற்றம்.]

குரல் அ: கருத்தை வெளிப்படையாகச் சொல்லாமல் குறிப்பாகச் சொல்லி, கேட்பவரை உணர்ந்து கொள்ள வைப்பதில் ஒரு தனி இன்பம் இருக்கிறது. வைதாலும் குறிப்பாக வைதால் அதிலும் ஒரு நயம் தோன்றும். குறிப்பு நயத்தைச் சில இடங்களில் வள்ளுவர் ஆள்கிறார்.

குரல் ஆ : *உதாரணம் சொல்லப் போகிறீர்கள் அல்லவா?*

குரல் அ: ஆம், திருவள்ளுவர் ஒரு பாட்டில் மரம் ஏறுவதைப்பற்றிச் சொல்கிறார்.

குரல் ஆ: *அது அறமா, பொருளா, இன்பமா?*

குரல் அ: பொருட்பாலில்தான் சொல்லியிருக்கிறார். ஒரு கொம்பின் நுனிமட்டும் ஏறினவர் அதற்கு மேலும் தம்முடைய ஊக்கத்தைக் காட்டினால் அந்த முயற்சி உயிருக்கே அழிவாக வந்து முடியும் என்று சொல்கிறார்.

வேறு குரல்:
(பாட்டு)

நுனிக்கொம்பர் ஏறினார் அஃதிறந்து ஊக்கின் உயிர்க்கு இறுதி ஆகி விடும்.

குரல் ஆ: *இது எப்படிப் பொருட்பாலில் சேர்ந்தது? சமுதாயத்தைப்பற்றியதாக என்ன கருத்து இதில் இருக்கிறது?*

குரல் அ: *இது ஒரு கருத்தை உள்ளே மறைத்து வைத்து, சொல்லாமல் சொல்கிறது. அது ஒரு வகை அலங்காரம். இதற்கு என்ன பொருள் என்பதைத் திருக்குறளின் உரையாசிரியர்களில் சிறந்த பரிமேலழகரைக் கேட்டால் சொல்வார்.*

வேறு குரல்: *பகைமேற் செல்வான் தொடங்கித் தன்னால் செல்லலாம் அளவும் சென்று நின்றான், பின் அவ்வளவின் நில்லாது, மன எழுச்சியால் மேலும் செல்லுமாயின், அவ் வெழுச்சி, வினை முடிவிற்கு ஏது ஆகாது, அவன் உயிர் முடிவிற்கு ஏதுவாம் என்னும் பொருள் தோன்ற நின்றமையின்......*

குரல் ஆ : *ஓ! அரசன் போர் செய்யப் போகும்போது தன்னுடைய படைவலியின் அளவை அறிந்து அதற்கு அடங்கிய வகையில் முயற்சிகளைச் செய்ய வேண்டும் என்பது இதனுள் அடங்கிய பொருளா? நன்றாக இருக்கிறது! குறிப்பினால் இதனை உணரும் போது,*

இந்தப் பாடலின் அருமையை உணர்ந்து இன்புறலாம் என்பதில் ஐயம் இல்லை.

[மாற்றம்.]

குரல் அ: காமத்துப்பால் முழுவதும் கவிச்சுவை ததும்பும் பகுதி. ஒவ்வொரு பாடலும் காதல் நாடகத்தின் காட்சியாக நிற்கிறது. ஒரு காட்சியை இங்கே கண்டு மகிழலாம்.

[மாற்றம்.]

பெண் குரல் - காதலி : இன்னும் அவர் வரவில்லையே! குரல்-காதலி: ஊருக்குப் போனவர் குறிப்பிட்ட காலத்தில் வராமல் இப்படித் துன்புறுத்துகிறாரே!

[தோழி வருகிறாள்.]

மற்றொரு பெண் குரல்-தோழி : என்ன, ஒரு விதமாகச் சோர்வடைந்திருக்கிறாயே! உடம்புக்கு ஏதாவது தீங்கு உண்டோ?

காதலி: உடம்புக்கு ஒன்றும் இல்லை; உள்ளந்தான் சரியாக இல்லை.

தோழி: உள்ளத்தில் என்ன வேதனை? உன் கண்கள் ஏன் இப்படிச் சிவந்து கலங்கி யிருக்கின்றன?

காதலி: இரவு முழுவதும் தூக்கமே இல்லை.

தோழி : ஏன் அப்படி?

காதலி: அவர் ஊரில் இல்லை. போனவுடன் கடிதம் போடுகிறேன் என்றார்; போடவில்லை.

தோழி : ஆண்பிள்ளை அவர். போன இடத்தில் என்ன வேலையோ? அதைக் கவனித்துக்கொண்டு தானே வரவேண்டும்?

காதலி: ஆனாலும் எனக்கு அவருடைய நினைவாகவே இருக்கிறது. அவருக்குக் காலையில் இளஞ்சூடாக வெந்நீரில் குளிக்க வேண்டும். சுடச்சுட உணவு வேண்டும். போகிற இடத்தில் என்ன வசதி இருக்கிறதோ தெரியவில்லை. இவற்றை எண்ணி எண்ணி, இரவெல்லாம் தூக்கம் பிடிக்கவில்லை.

தோழி: அவர் வருகிற வரைக்கும் இப்படித்தான் இருக்குமோ?

தலைவி : ஆம்; அவர் வராவிட்டால் இந்தக் கண் தூங்காதுபோல் இருக்கிறது.

[குதிரை வண்டியின் சத்தம்.]

தோழி: இதோ அவர் வந்துவிட்டார்போல் இருக் கிறது. நெடுநாளாகப் பிரிந்தவர் வருகிறார். நான் இங்கே தடையாக இருக்கமாட்டேன். நாளைக்கு வருகிறேன்.

[மாற்றம்.]

[கோழி கூவுகிறது.]

தலைவன்: சிறிது வெளியே போய்விட்டு வருகிறேன்.

தலைவி: விரைவில் வந்துவிடுங்கள்.

தலைவன்: மறுபடியும் ஊருக்குப் போய்விடுவேன் என்ற நினைக்கிறாய்? (சிரிப்பு)

[செருப்பின் ஓசை - தொடர்ந்து காற்சிலம்பின் ஓசை.]

தலைவி: வா, வா தோழி! அவர் வந்துவிட்டார், தெரியுமோ?

தோழி: அதுதான் நேற்றே தெரியுமே! இப்போது எவ்வளவு பூரிப்புடன் இருக்கிறாய் தெரியுமா ?........ இதென்ன உன் கண் கலக்கம் மட்டும் போகவில்லையே!

தலைவி: அதற்கு என்ன செய்வேன்? இரவெல்லாம் தூக்கம் இல்லை.

தோழி : என்னடி இது? அவர் வராதபோது இரவு முழுவதும் தூக்கமில்லை யென்றாய். கவலைப் பட்டதனால் தூங்காமல் இருக்க நியாயம் உண்டு. இப்போதுதான் அவர் வந்துவிட்டாரே! உனக்கு என்ன கவலை?

தலைவி: இரவு முழுதும் அவரோடு பேசிக்கொண் டிருந்தேன். போன இடத்தில் அவர் என்னையே நினைத்துக்கொண் டிருந்தாராம். நல்ல உணவு உண்ணும்பொழுது நான் இல்லையே என்று நினைத் தாராம். அழகான காட்சிகளைக் காணும்போது உடன் இருந்து கண்டு இன்புற நானும் அங்கே இல்லையே என்று வருந்தினாராம். போன இடத்தில் கண்டதையும்

கேட்டதையும் சொன்னார். இரவு நேரம் போனதே தெரியவில்லை.

தோழி: நன்றாயிருக்கிறது போ! அவர் வரவில்லையென்று நீ துன்புற்றாய் முன்பு. இப்போது அவர் வந்துவிட்டாரென்று மகிழ்கிறாய். ஆனால் உன் கண்களுக்குமட்டும் எப்போதும் சங்கடந்தான் போலிருக்கிறது! அவர் வரவில்லையென்று அவை முன்பும் தூங்கவில்லை; இப்போதோ அவர் வந்து விட்டாரென்று தூங்கவில்லை.

[தலைவியும் தோழியும் சேர்ந்து சிரிக்கிறார்கள்.]

[மாற்றம்.]

குரல் அ: இந்த அழகிய காட்சியை இரண்டே அடிகளில் காட்டிவிட்டார் வள்ளுவர்.

வேறு குரல்:
(பெண் குரல் பாடுகிறது.)

வாராக்கால் துஞ்சா ; வரின்துஞ்சா ; ஆயிடையே
ஆர்அஞர் உற்றன கண்.

குரல் அ: இப்படி, காமத்துப்பாலில் இருபத்தைந்து அதிகாரங்களில் இருநூற்றைம்பது பாடல்கள் உள்ளன. அவை யாவும் பல பல வகையில் இன்பத்தை ஊட்டுகின்றன.

குரல் ஆ : திருக்குறளின் கவி நயத்தை ஒருவாறு அறிந்துகொண்டோம். அதன் பெருமையை உணர்ந்து

தமிழ்ப் புலவர்கள் தம் நூல்களிலே பாராட்டியது உண்டா?

குரல் அ : எத்தனையோ விதமாகப் பாராட்டியிருக் கிறார்கள். குறளை அப்படியே எடுத்துவைத்து அழகு செய்திருக்கிறார்கள். அதன் கருத்தை விரித்துத் தங்கள் பாடலிலே பொருத்தியிருக்கிறார்கள். நாம் இப்போது சிறிது மணிமேகலை ஆசிரியராகிய சாத்தனாரோடு காவிரிப்பூம்பட்டினத்துக்குப் போகலாம்.

[மாற்றம்.]

ஒரு குரல்: அதோ போகிறாளே, அந்தப் பெண் எவ்வளவு அழகாக இருக்கிறாள்!

வேறு குரல்: தூயவனாகிய ககந்தனுக்குப் பிள்ளையாகப் பிறந்து அயல் மகளிரைக் கண்டு ஏதோ பேசுகிறாயே!

முன் குரல்: போடா போ! கண்ணை மூடிக்கொண்டு நடக்கச் சொல்லுகிறாயா? இந்தக் காவிரிப்பூம் பட்டினத்தில் இப்படி ஒரு பேரழகியை நான் கண்டதே இல்லை..

பின் குரல்: அவள் மருதி என்ற பெயரை உடையவள்; காவிரி நீர் ஆடிவிட்டுப் புனிதமாகச் செல்கிறாள். அங்கே பார்க்காதே; வா போகலாம்.

முன் குரல்: நீ போ; நான் வரமாட்டேன். அவளை இதோ கைதட்டி அழைத்து, வா என்று சொல்கிறேன்; அவள் வருகிறாளா இல்லையா, பார்.

(கை தட்டும் ஓசை.)

பெண் குரல்-மருதி : *ஆ ! இது என்ன அநீதி! யாரோ ஒருவன் என்னை வா என்று அழைக்கிறானே ! உலகத்தில் கற்புடைய பெண்டிர் பிறர் நெஞ்சிற் புக மாட்டார் என்றல்லவோ பெரியவர்கள் சொல்வார்கள்? இந்தத் தீயவன் என்னைக் கண்டு அழைக்கிறானே! என் கற்புப் போயிற்று! என் வாழ்க்கை தொலைந்தது!*

தோழி: *என்னடி இது? இப்படி நிலை கலங்கி நிற்கிறாய்? வேகமாய் நட.*

மருதி: *அந்தப் பாவி என்னைக் கைதட்டி அழைத்ததை நீ காணவில்லையா? நான் அவன் நெஞ்சில் புகுந்து தூய்மை கெட்டுவிட்டேன். நான் செய்த குற்றம் ஒன்றும் இல்லாமல் இருக்கவும், இந்த அவல நிலை எனக்கு வந்துவிட்டதே! ஐயோ! நான் இனி என்ன செய்வேன்!*

தோழி: தெருவில் நின்று புலம்புவதால் பயன் இல்லை. வா, போகலாம். இல்லை.வா,

மருதி : *ஆம், உண்மைதான். இங்கே நின்று புலம்புவது ஒரு பயனையும் தராது. பூத சதுக்கத்திலுள்ள பூதத்தினிடம் போய் முறையிடுகிறேன். தவறு செய்தவர்களைத் தன் கைப்பாசத்தில் கட்டிப் புடைக்கும் பூதம் அல்லவா அது ? என்னையும் தண்டிக் கட்டும். வா போகலாம்.*

[நகர ஆரவாரம். வண்டிகளின் சத்தம்.]

தோழி: *இதுதானே நீ சொன்ன பூத சதுக்கம் ?*

மருதி: *ஆம்.-* பூதப்பெருமானே! என்னைக் கண்ட ஒரு பாவியின் நெஞ்சிலே புகுமளவுக்கு நான் எளியவளாகிவிட்டேன். இனி நான் இல்லறம் செய்வதற்குரிய தகுதியை இழந்துவிட்டேன். நான் என்ன குற்றம் செய்தேனென்று எனக்கே தெரியவில்லை. நீ என்னை என்ன செய்தாலும் சரி.

பூதக் குரல்: *(சிரிப்பு.)* ஏ பெண்ணே, "தெய்வம் தொழாஅள் கொழுநற் றொழுதெழுவாள் - பெய் யெனப் பெய்யும் மழை" என்ற பொய்யில் புலவனுடைய பொருள் நிரம்பிய உபதேசத்தை நீ தெரிந்து கொள்ளவில்லையே ! நீ வம்புக் கதைகளைக் கேட்டு; திருவிழாவைப் பார்ப்பதற்காகப் பல இடங்களுக்குப் போகிறாய்; அங்கங்கே உள்ள தெய்வங்களைக் கும்பிடுகிறாய். ஆதலால் உன் கற்பு, தலைமைக் கற்பாக இருக்கவில்லை. மழையை நீ பெய்யென்றால் பெய்யாது. பிறர் பிறர் நெஞ்சைச் சுடும் தன்மையும் உனக்கு இல்லை.

மருதி: அப்படியானால் என்னைக் கொன்றுவிடு.

பூதம்: நீ ஏதும் மனத்தாலும் தீங்கு செய்யவில்லை யாதலால் உன்னை நான் தண்டிக்கமாட்டேன். போய் வா. இனியாவது அந்தப் பொய்யில் புலவன் பொருளுரையைத் தேறுவாயாக.

[மாற்றம்]

குரல் அ : இப்படி மணிமேகலை ஆசிரியர் ஒரு காட்சியை அமைக்கிறார். பூத சதுக்கத்துப் பூதம் சொல்வதைச் சாத்தனார் வாக்கினாலேயே கேட்கலாமே!

வேறு குரல்:
(பாடுகிறது.)

*"யான்செய் குற்றம் யானறி கில்லேன்
பொய்யினை கொல்லோ பூத சதுக்கத்துத்
தெய்வம் நீ" எனச் சேயிழை அரற்றலும்
மாபெரும் பூதம் தோன்றி "மடக்கொடி
நீகேள்" என்றே நேரிழைக்கு உரைக்கும்:
தெய்வம் தொழாஅள் கொழுநற் றொழுதெழுவான்
பெய்யெனப் பெய்யும் பெருமழை என்ற அப்
பொய்யில் புலவன் பொருளுரை தேறாய்;
பிசியும் நொடியும் பிறர்வாய்க் கேட்டு
விசிபிணி முழவின் விழாக்கோள் விரும்பிக்
கடவுட் பேணல் கடவியை ஆகலின்,
மடவரல் ஏவ மழையும் பெய்யாது;
நிறையுடைப் பெண்டிர் தம்மே
போலப் பிறர்நெஞ்சு சுடூஉம் பெற்றியும் இல்லை,"*

குரல் அ: மாதர் கற்பைப் பற்றித் திருவள்ளுவர் கூறிய அருமைத் திருக்குறளை மேற்கோளாக வைத்துத் தம்முடைய காவியத்தில் ஒரு காட்சியையே புனைந்து விட்டார் சாத்தனார்.

[மாற்றம்.]

குரல் ஆ: மகளிர் ஒழுக்கத்தைப்பற்றிச் சொன்னதை உணர்ந்தோம். ஆடவர் ஒழுக்கத்தைப்பற்றி ஒன்றும் இல்லையா?

குரல் அ: நல்ல வேளையாக நினைப்பூட்டினீர்கள். சிறந்த கற்புடைப் பெண்ணின் இலக்கணத்தைச் சொன்ன திருவள்ளுவர், ஆடவர் ஒழுக்கத்தைப் பற்றியும் சொல்லியிருக்கிறார். அதை வைத்து மாணிக்கவாசக சுவாமிகள் ஒரு சிறந்த காட்சியைப் புனைந்திருக்கிறார்.

குரல் ஆ: சைவ சமயாசாரியர் நால்வர்களில் ஒருவ ராகிய மாணிக்கவாசகரா?

குரல் அ : ஆம்; அவரே திருக்கோவையாரில் ஆண் ஒழுக்கச் சிறப்பைத் திருவள்ளுவர் எடுத்துக்காட்டிய குறளுக்கு இலக்கியம் போல ஒருபாடலை அமைக்கிறார்.

குரல் ஆ: அப்படியா? எங்கே, அதைக் கேட்கலாம்.

குரல் அ: அதற்கு முன் சிறிது கதை சொல்ல வேண் டும். சொல்கிறேன். அடுப்பாரும் கொடுப்பாரும் இன்றி, ஓரிளம் மைந்தனும் ஒரு பேரெழில் மங்கையும் தனியே சந்தித்துக் காதல் கொள்கின்றனர். அவர்களைத் திருமணத்தால் ஒன்றுபடுத்தவேண்டு மென்று விரும்புகிறாள், அந்தப் பெண்ணினுடைய தோழி. காதலியைப் பெற்றோர் வேறு யாருக்கோ அவளைத் திருமணம் புரிவிப்பதாக எண்ணிக் கொண்டிருக்கிறார்கள். இனி, இங்கே இருந்தால் கற்புக்குப் பழுது வருமென்று எண்ணி, அந்தப் பெண் தன் காதலனோடு யாரும் அறியாமல் புறப்பட்டுவிடுகிறாள்.

குரல் ஆ :இது பெரிய காதற்கதையாக இருக்கும் போல் இருக்கிறதே!

குரல் அ: கோவை என்ற பிரபந்தம் காதற்கதையைச் சொல்லும் நூல்தான். இந்தக் காட்சி திருக்கோவை யாரில் வருகின்றது என்றல்லவா சொன்னேன்?

குரல் ஆ: ஆம்; மேலே கதையைச் சொல்லுங்கள்.

குரல் அ: அந்தப் பெண் வீட்டை விட்டுப் போய் விட்டாள். மறுநாள் வீட்டில் அவளைக் காணவில்லை. வீட்டில் உள்ளவர்கள் கலங்குகிறார்கள். தோழி மெல்ல உண்மையைக் குறிப்பாக வெளியிடுகிறாள். வீட்டில் உள்ளவர்கள் கோபத்தால் குதிக்கிறார்கள், பெற்ற தாய் புலம்புகிறாள். அப்போது அந்த இளம் பெண்ணை வளர்த்த செவிலித்தாய், தான் போய் அவளைத் தேடிக் கண்டுபிடித்து வருவதாகச் சொல்லிப் புறப்பட்டுவிடுகிறாள்.

குரல் ஆ : அவளுக்கு அவர்கள் போன இடம் தெரியுமா?

குரல் அ : எப்படியாவது கண்டுபிடித்து விடலாம் என்ற தைரியந்தான். போகிறாள். வழியெங்கும் பொட்டல். மரமோ செடியோ இல்லாத பாலை நிலம். நெடுந்தூரத்தில் ஆணும் பெண்ணுமாக இருவர் வருகிறார்கள். செவிலிக்கு அவர்கள் தன் பெண்ணும் அவள் காதலனுமாக இருக்கக்கூடாதா என்ற ஆசை. கையைக் கவித்துப் பார்க்கிறாள். அவர்கள் அருகில் வந்துவிட்டார்கள். பாவம்! அவர்கள் வேறு யாரோ? ஏமாந்து போகிறாள், அவள். பேசத் தொடங்குகிறாள்.

[மாற்றம்.]

செவிலி: என்ன, இப்படி நம்மை வெறிக்க வெறிக்கப் பார்க்கிறாளே என்று நினைக்கிறீர்களா? இதே அச்சு, இதே உயரம், இதே மாதிரி புடைவை வேட்டி அணிந்திருந்தார்கள். அதனால் ஏமாந்து போனேன். இம் மேதகவே பூண்டார் இருவர் முன் போயினரோ?

ஆண் குரல் : அம்மா, பெரும்பற்றப் புலியூராகிய தில்லையில் நின்று என்னை ஆண்டுகொண்ட சிவ பெருமானுக்குரிய மலையிலே உள்ள சிங்கத்தைப் போன்ற ஒரு கட்டிளங்காளையை நான் கண்டேன்.

செவிலி: கண்டீர்களா? பிறகு?

ஆடவன்: அந்தக் கட்டிளங்காளைக்குப் பக்கத்தில்

செவிலி : என்ன தயங்குகிறீர்கள்? சொல்லுங்கள்.
ஆடவன் : எனக்குத் தெரியாது. இதோ இவள் சொல்வாள்.- தூண்டா விளக்குப் போன்ற என் அன்பே,அம்மா சொல்வதைக் கேட்டாயா? என்ன கேட்கிறாள் தெரிகிறதா?

[மாற்றம்.]

குரல் அ: இதோடு பாட்டு முடிகிறது. பாவம்! செவிலி தன் மகள் போனாளா என்பதைத் தெரிந்து கொள்ளும் ஆவலோடு நின்றாள். அந்த ஆடவனோ அதைச் சொல்லவில்லை. தன் காதலியைச் சொல் லும்படி குறிப்பித்து விட்டான்.

குரல் ஆ: அப்படி என்றால்?

குரல் அ: *திருவள்ளுவர் சொல்வார்.*

வேறு குரல்:
(பாடுகிறது.)
***'பிறன்மனை நோக்காத பேராண்மை சான்றோர்க்கு
அறன்ஒன்றோ ஆன்ற ஒழுக்கு.'***

குரல் அ: *பிறன் மனையை நோக்காதது பேராண்மை. இதை உடையவன் அந்தக் காதலன். ஆதலின் எதிர்வந்த இருவரில் சிங்கம்போன்ற ஆடவனை மட்டும் கண்டான்; இளம் பெண்ணைக் காணவில்லை. கண்டால் அல்லவா சொல்ல முடியும்? ஆனாலும் செவிலித் தாயை ஏமாற்றக்கூடாதல்லவா? அவன் காதலி ஆடவனைப் பாராமல் பெண்ணைப் பார்த் தவள். ஆதலால் அவளைச் சொல்லும்படி குறிப்பித் தாள். இந்த அற்புதக் காட்சியைச் சொல்லும் மாணிக்கவாசகர் பாடலைக் கேட்கலாம்.*

பெண்குரல்:
(பாடுகிறது.)

***'மீண்டார் எனஉவந்தேன் கண்டு நு ம்மை மீண்டார்
எனஉவுந் தேன்கண்டு நும்மை;
இம்மேதகவே
பூண்டார் இருவர்
இம்மேதகவே
பூண்டார் இருவர்முன் போயினரோ?***

ஆண்குரல்: *(பாட்டு)*

புலியூர் எனை நின்று
ஆண்டான் அருவரை ஆளியன்னானைக் கண்டேன்.
அயலே
தூண்டா விளக்கு அனையாய்!
என்னையோ அன்னை சொல்லியதே? என்னையோ
அன்னை சொல்லியதே !

குரல் ஆ : *என்னே ஒழுக்கச் சிறப்பு! அந்தச் செவிலியை அன்னையென்று குறிக்கிறான்; பார்த்தால் தாயாகப் பார்க்கிறவன் என்று தெரிகிறது.*

குரல் அ: *இந்தப் பெரிய பூங்கொடியாகிய சிக்கு வித்துத் திருக்குறள்.*

வேறு குரல்: *(பாடுகிறது)*

பிறன்மனை நோக்காத பேராண்மை சான்றோர்க்கு
அறன்ஒன்றோ? ஆன்ற ஒழுக்கு.

குரல் அ: *அறன் என்பது சமுதாயத்தின் ஒழுக்கம்; ஒழுக்கு என்பது தனி மனிதனுடைய ஒழுக்கம். இத்தகைய பேராண்மை உடையவனால் சமுதாயம் ஒழுக்கத்துடன் நிலவுகிறது; அறம் வழுவாத நிலையைப் பெறுகிறது. அவனும் ஒழுக்கம் உடையவனாகிறான்.*

குரல் ஆ: *திருமாலாகிய குறள் வளர்ந்து உலகை அளந்தது போலத்தான் இந்தக் குறளும் தன் பொருளால் எத்தனையோ விரிவைப் பெறுகிறது.*

[மாற்றம்.]

குரல் அ: திருவள்ளுவர் இயற்றிய திருக்குறளின் பெருமையிற் சிலவற்றை உணர்ந்து கொண்டோம். இரண்டாயிரம் ஆண்டுகளுக்குமுன் தோன்றிய அது எல்லாக் காலத்துக்கும் எல்லா இடத் துக்கும் பொதுவானது என்பதை அறிந்தோம்.

குரல் ஆ: சுருங்கிய வடிவில் பெருகிய பொருள் விரிவை உடையது என்பதையும் தெளிந்தோம்.

குரல் இ: கவிச்சுவை நிரம்பியது, கவிதைக்குரிய உத்திகளை யெல்லாம் தன்பால் கொண்டது என்ற உண்மையும் புலனாயிற்று.

குரல் ஈ: மேல்நாட்டாரும் கீழ்நாட்டாரும் பாராட்டு வது, பல மொழிகளில் மொழிபெயர்க்கப்பெற்றது என்ற செய்திகளையும் அறிந்தோம்.

குரல் உ: பெருங்கவிஞர்கள் தம் காவியங்களில் எடுத்து விரித்து அமைத்துக்கொள்ளும் தகுதியை உடையது என்பதும் தெளிவாயிற்று.

குரல் அ: அது காலம் கடந்தது.

குரல் ஆ: இடம் கடந்தது.

குரல் இ: செறிவுடைய ஒளிமணி.

குரல் ஈ: பொழிலாய் விரியும் வித்து.

குரல் உ : பல கவிஞருக்குப் பொருள்தரும் பெட்டகம்.

குரல் அ: கற்கண்டு.

குரல் ஆ : பால்.

குரல் இ: இல்லை, இல்லை, அமுதம்.

குரல் அ: பெருவிளக்கு. அறமென்னும் அகலில், பொருளென்னும் திரியிட்டு, இன்பமென்னும் நெய் சொரிந்து, சொல்லென்னும் தீயைக் கொளுத்தி, குறள் வெண்பா என்னும் தண்டில் வைத்து ஏற்றிய விளக்கு.

வேறு குரல்: *(பாடுகிறது.)*

அறம்தகளி; ஆன்ற பொருள்திரி; இன்பு
சிறந்தநெய்: செஞ்சொல்தீ; தண்டு - குறும்பாவா
வள்ளுவனார் ஏற்றினார், வையத்து வாழ்வார்கள்
உள்இருள் நீக்கும் விளக்கு.

(மறுமுறை பாடுகிறது.)

★ ★ ★

9 788199 023840

Printed at Repro India Ltd.